Chicken Boots Bad Dog!

Bạn Gà Mái Đi Ủng Thật Là Một Chú Chó Xấu Tính!

Written and Illustrated by Sarah Barrera

First Printing, 2015, CreateSpace Digital Publishing

www.bablbooks.com

ISBN 978-1-68304-035-4

To our sweet boy...

Hello again! Remember me? I'm Nelly.
I am a backyard hen.

ooo

Xin chào các bạn một lần nữa! Các bạn còn nhớ tớ không?
Tớ là Nelly đây. Tớ là một cô gà mái vườn.

This is my best friend, Rose.
We love to have adventures together.

ooo

Đây là người bạn thân nhất của tớ, Rose.
Chúng tớ thích phiêu lưu cùng nhau.

Meet my flockmates,
Agnes and Edna.
They live in the backyard
with me.

No Roosters Allowed!

Còn đây là những người bạn cùng chuồng của tớ, Agnes và Edna.
Các bạn ấy sống cùng với tớ ở khoảng sân sau nhà.

And this is Rose's dog, Kramer.
He does things around MY backyard
that I do not like at all!

Và đây là chú chó của Rose, tên là Kramer.
Cậu ta làm đủ trò ở quanh khoảng sân sau CỦA TỚ,
và tớ không thích thế chút nào!

Kramer gives Agnes
and Edna piggyback rides
and doesn't include me.
Bad dog.

ooo

Kramer cho Agnes and Edna cưỡi trên lưng nhưng
lại không cho tớ chơi cùng. Thật là một chú chó xấu tính.

He squeezes inside our coop
and takes naps. Bad dog!

ooo

Cậu ta cuộn tròn trong chuồng của chúng tớ và đánh
một giấc ngon lành. Thật là một chú chó xấu tính!

Kramer loves
to sneak over to our coop
and eat all our
chicken feed. Bad dog!!

ooo

Kramer còn thích lẻn sang chuồng và ăn hết
đồ ăn của chúng tớ. Thật là một chú chó xấu tính!!

He always walks too close to me
and hits me with his tail. Bad dog!!

ooo

Cậu ta luôn đi sát cạnh tớ rồi ngoe nguẩy cái đuôi vào người
tớ để trêu trọc. Thật là một chú chó xấu tính!!

Kramer sits in MY spot by Rose's door.

ooo

Kramer còn ngồi vào chỗ CỦA TỚ
bên cạnh cửa phòng Rose.

BAD DOG!!

ooo

THẬT LÀ MỘT CHÚ CHÓ XẤU TÍNH!!

And worst of all, Kramer devours all our treats!

ᵒᵒᵒ

Và tệ nhất là, Kramer chén sạch mọi đồ ăn của chúng tớ!

BAD DOG!! BAD DOG!! BAD DOG!!

ooo

THẬT LÀ MỘT CHÚ CHÓ XẤU TÍNH!! XẤU TÍNH!! XẤU TÍNH!!

Kramer does things around MY backyard that upset me.
But I become really sad and lonely
when he plays with MY Rose. Without me!

ooo

Kramer làm mọi thứ quanh khoảng sân sau
CỦA TỚ khiến tớ bực mình. Nhưng tớ cảm thấy
buồn và cô đơn nhất là khi nhìn
cậu ta chơi với cô bạn Rose của tớ.
Mà không có tớ!

Kramer and Rose go for walks
every day. Without me.

ᵒᵒᵒ

Kramer và Rose cùng nhau đi
dạo mỗi ngày. Mà không có tớ.

Kramer and Rose play fetch
every day. Without me.

ooo

Kramer và Rose chơi ném bắt bóng
mỗi ngày. Mà không có tớ.

Kramer and Rose play
in the sandbox together. Without me.

ooo

Kramer và Rose chơi trò xây lâu đài
cát cùng nhau. Mà không có tớ.

They enjoy bike rides
around the neighborhood.
Without me.

o o o

Họ vui vẻ đạp xe dạo quanh làng.
Mà không có tớ.

Kramer and Rose enjoy
treats together. Without me!

ₒₒₒ

Kramer và Rose còn cùng nhau
thưởng thức đồ ăn. Mà không có tớ!

Kramer and Rose
read stories together.
Without me!

ooo

Kramer và Rose đọc
truyện cùng nhau.
Mà không có tớ!

And to top it all off,
Kramer goes on vacations with Rose.
Without me!!

CHKNBTS

Đỉnh điểm là Kramer
được đi nghỉ mát cùng với Rose.
Mà không có tớ!!

THAT'S IT! I CAN'T TAKE IT ANYMORE!
HE GOES OR I GO!

ooo

QUÁ ĐỦ RỒI! TỚ KHÔNG THỂ CHỊU ĐỰNG THÊM NỮA!
HOẶC LÀ CẬU TA ĐI, HOẶC LÀ TỚ ĐI!

Wait... Do I hear Rose calling me?

∘∘∘

Khoan đã...
Tớ nghe như Rose đang gọi tớ phải không nhỉ?

I do! I do! Rose says she is sorry
for not including me. She promises
it will be much more fun
if we all play together... including Kramer.

Đúng rồi! Đúng rồi! Rose nói xin lỗi tớ vì
đã không cho tớ chơi cùng. Bạn ấy hứa rằng
sẽ vui hơn nhiều nếu tất cả chúng
tớ chơi cùng nhau... kể cả Kramer nữa.

But I want Rose
all to myself.

ooo

Nhưng tớ chỉ muốn Rose
là của riêng tớ thôi.

Rose is right. Playing together is
much more fun! Good dog!

ooo

Rose nói đúng. Chơi cùng nhau đúng là vui
hơn nhiều! Thật là một chú chó ngoan!

Good dog!

ₒₒₒ

Chó ngoan!

Good dog!

ₒₒₒ

Thật là một chú
chó ngoan!

Good dog!

ooo

Thật là một chú
chó ngoan!

Good dog!

ooo

Thật là một
chú chó ngoan!

I guess Kramer isn't so bad after all.
I think this is the beginning
of a beautiful friendship. Good dog!

Cuối cùng thì tớ nghĩ Kramer cũng không
xấu tính lắm đâu. Tớ nghĩ đây
là sự khởi đầu cho một tình bạn đẹp.
Thật là một chú chó ngoan!

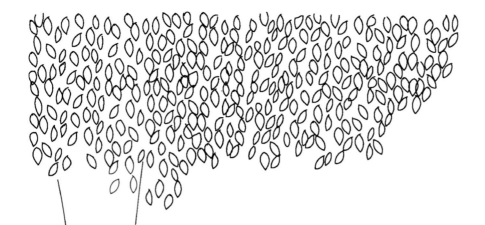

Follow ChickinBoots:

www.chickinboots.com
Instagram and Pinterest
@chickinboots

About the Author

Sarah Barrera lives with her husband,
two daughters, dog and backyard flock
in a suburb of Portland, Oregon.
This is her second children's book.

Made in the USA
San Bernardino, CA
12 April 2016